CA KHÚC
BÌNH NHIÊU LỘC

Bình Nhiêu Lộc

CA KHÚC
BÌNH NHIÊU LỘC

Nhân Ảnh
2020

CA KHÚC
BÌNH NHIÊU LỘC

Nhạc: **Bình Nhiêu Lộc**
Bìa: **Nguyễn Thành**
Trình Bày: **Lê Hân**
Nhân Ảnh Xuất Bản **2020**
ISBN: **978-1989705230**
Copyright © 2020 by BinhNhieuLoc

Mục Lục

Giữ Biên Cương	8
Góp Một Bàn Tay	10
Hãy Câm Miệng Ngay	11
Huệ Ơi	12
Tình Kiếp Sau	13
Tôi Khát	14
Vọng Vang Oai Linh	15
Trời Đã Sáng	16
Dòng Sông Êm Đềm	18
Trên Đỉnh Tháp Ngà	20
Quả Tim Hóa Ngọc	22
Việt Nam Rạng Ngời	24
Anh Với Tôi	26
Cùng Nắm Tay	28
Đất Nước Mình	30
Dân Muốn Cá Sống	32
Gốc – Cành – Lá	34

Giữ Biên Cương

Từ & Nhạc: Bình Nhiêu Lộc

1. Một ngày đầu xuân xa xôi biên giới phía Bắc, Loài hắc
2. Từng đoàn hùng binh xông pha muôn lối chiến tuyến, Thề chiến

ám kéo nhau vào nước Nam. Giặc tràn vào quê hương ta như
đấu quét đi loài dã man. Trùng trùng ngàn dân hiên ngang ra

đám ác thú, Nướng dân đen chết trên ngọn lửa hung tàn. (2. Từng đoàn hùng)
sức cứu quốc, Quyết không ...

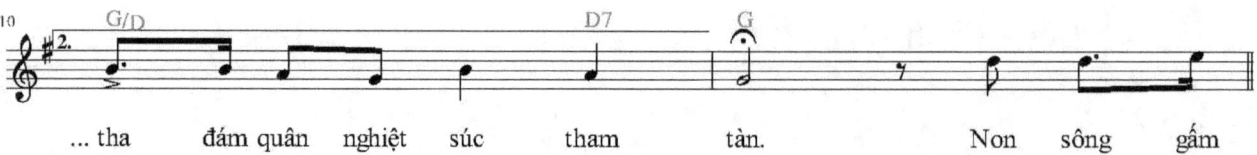
... tha đám quân nghiệt súc tham tàn. Non sông gấm

Góp Một Bàn Tay

Bình Nhiêulộc

Hãy Câm Miệng Ngay

Huệ Ơi

Từ & Nhạc: Bình Nhiêu Lộc

♩. = 60

1. Huệ ơi, bao năm ta chưa được về thăm miền núi Ngự - sông Hương. Nơi đây có em gái nhỏ mà năm xưa núp nắng dưới bóng của anh.
2. Huệ ơi, tim anh chưa phai kỷ niệm em từng đưa tiễn anh đi. Đi xa đường xa vạn dặm đã mang theo ân tình người yêu, dấu yêu!

Cố đô - kinh thành xưa vẫn oai linh Quốc hồn xưa vẫn trang nghiêm Ai nghèo nhưng vẫn thanh liêm! Cố đô - bao đời nay vẫn trung trinh Tối về đèn sáng trên sông Ai hò dội tiếng mênh mông!

3. Một hôm, mây đen phương xa dồn về đổ dồn tai vạ cho dân Mưa trôi bay đầy muôn mộ phần Muôn năm không thể xóa nhòa đớn đau! (Cố) ... nhòa đớn đau!

TÌNH KIẾP SAU

Bình Nhiêulộc

VỌNG VANG OAI LINH

Bình Nhiêulộc

1. Tàu anh lướt trên đầu sóng xanh trùng dương, Nòng đại
pháo anh chào đón quân ngoại cương. Giờ chiến đấu mang đầy vết
thương trên mình, Liều thân chết vì bảo vệ quê hương.

2. Thà ! anh chết trên đài chỉ huy lừng danh, Còn hơn
sống nhục nhằn khổ đau cầm canh. Kìa ! khí phách anh hùng ngất
cao muôn trùng Ngàn năm nước nhà còn ghi ơn ...

... anh. HẢI QUÂN VIỆT NAM, HẢI QUÂN VIỆT NAM, XẢ
THÂN VÌ TỔ QUỐC KIÊU HÙNG. HẢI QUÂN VIỆT NAM, HẢI
QUÂN VIỆT NAM, CHẾT CHO NỀN CỘNG HÒA MẾN YÊU. *Fine*

3. Đoàn thủy thủ can trường chết trên biển Đông, Đền nợ
nước không hề tiếc chi tài trai. Lòng biển cả chôn vùi xác
thân anh hùng, Thời gian vẫn còn vọng vang oai linh. (HẢI) *D.S. al Fine*

Trời Đã Sáng
The Morning Has Come

Thơ: Ven. Thích Quảng Độ
Nhạc: Bình Nhiêu Lộc

Ca Khúc Bình Nhiêu Lộc - 16

Dòng Sông Êm Đềm

Bình Nhiêulộc

Trên Đỉnh Tháp Ngà

Bình Nhiêulộc

Quả Tim Hoá Ngọc

Bình Nhiêulộc

Việt Nam Rạng Ngời

Anh với Tôi, We Are One

Melbourne 2006 Opening Ceremony

Lời Việt: Bình Nhiêulộc
Delta Goodrem - Brian McFadden - Guy Chambers

Cùng nắm tay, We Are One

Toronto 2015 Pan Am and Parapan Am Games

Lời Việt: Bình Nhiêulộc

Murray Daigle
Jasmine Denham
Bobby John

Chợ Rạ 2015

Đất Nước Mình

BÌNH NHIÊU LỘC

GỐC – CÀNH - LÁ

Một số các đoạn thơ trích từ bài viết :

Vu Lan Nhớ Mẹ

của :

**THƯỢNG TOẠ
THÍCH NGUYÊN TẠNG**

- Bản Giai điệu
- Bản Hợp xướng & bản đệm đàn

VU LAN 2006

Gốc - Cành - Lá

Bình Nhiêu Lộc

www.ingramcontent.com/pod-product-compliance
Lightning Source LLC
Chambersburg PA
CBHW081410070526
44583CB00020B/2750